Impressum
Verlag: BABADADA GmbH, Nedderfeld 112 , 22529 Hamburg
Geschäftsführer / Verlagsleitung: Harald Hof
Druck: Books on Demand GmbH, In de Tarpen 42, 22848 Norderstedt

Imprint
Publisher: BABADADA GmbH, Nedderfeld 112 , 22529 Hamburg, Germany
Managing Director / Publishing direction: Harald Hof
Print: Books on Demand GmbH, In de Tarpen 42, 22848 Norderstedt, Germany

trường học

школа

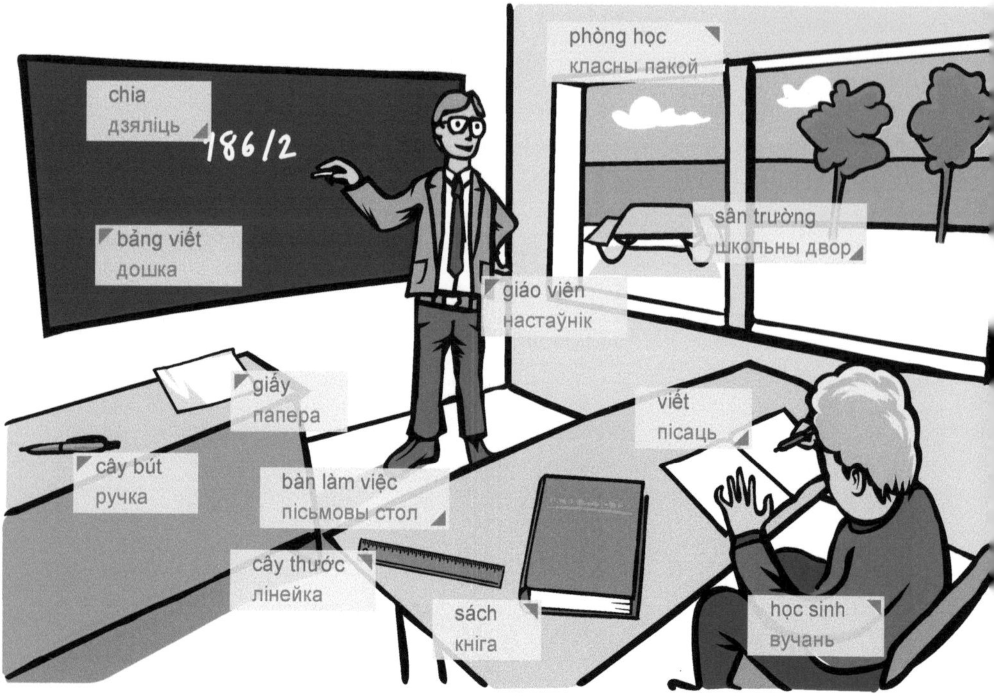

phòng học
класны пакой
chia
дзяліць
186/2
bảng viết
дошка
sân trường
школьны двор
giáo viên
настаўнік
giấy
папера
viết
пісаць
cây bút
ручка
bàn làm việc
пісьмовы стол
cây thước
лінейка
sách
кніга
học sinh
вучань

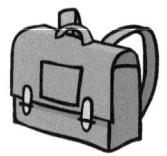

cặp đeo vai học sinh

ранец

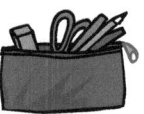

hộp đựng bút

пенал

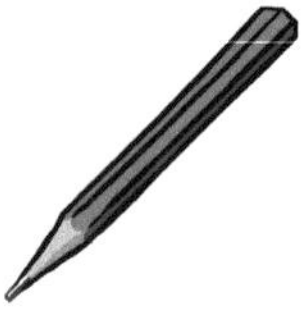

bút chì

просты аловак

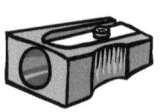

cái gọt bút chì

тачылка для алоўкаў

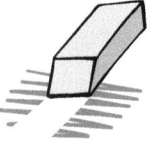

cục tẩy

гумка

tập giấy vẽ

альбом для малявання

bản vẽ
....
малюнак

cọ vẽ
....
пэндзлік

hộp mực vẽ
....
фарбы

cây kéo
....
нажніцы

keo dán
....
клей

sách bài tập
....
сшытак

bài tập ở nhà
....
хатняе заданне

12

số
....
лік

2+2

cộng
....
дадаваць

5-2

trừ
....
адымаць

2×2

nhân
....
множыць

tính toán
....
лічыць

A

chữ cái
....
літара

ABCDEFG HIJKLMN OPQRSTU VWXYZ

bảng chữ cái
....
алфавіт

hello

từ
....
слова

văn bản

тэкст

đọc

чытаць

phấn viết

крэйда

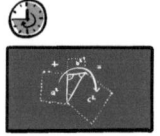

bài học

ўрок

sổ lớp

класны журнал

thi kiểm tra

экзамен

chứng chỉ

атэстат

đồng phục học sinh

школьная форма

giáo dục

адукацыя

từ điển bách khoa

энцыклапедыя

đại học

універсітэт

kính hiển vi

мікраскоп

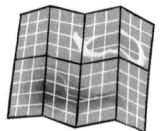

bản đồ

карта

thùng rác giấy

смеццевы кошык

khách sạn
гатэль

nhà trọ
хостэл

ROOMS

EXCHANGE

quầy đổi tiền
абменны пункт

va li
чамадан

xe ô tô
аўтамабіль

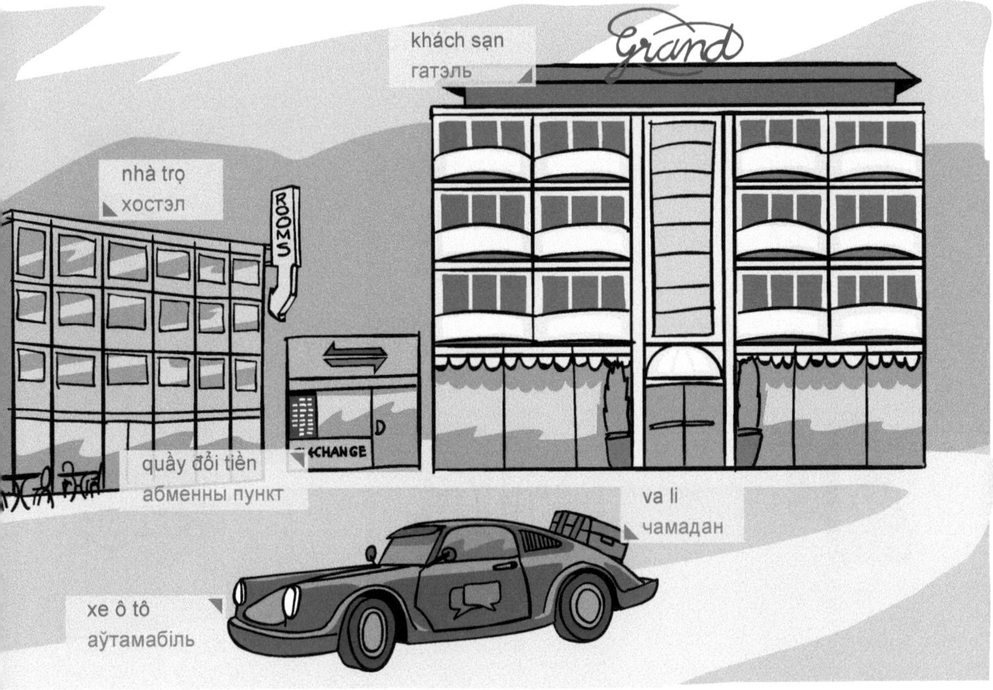

ngôn ngữ

мова

có / không

так / не

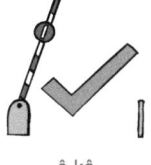

ô kê

добра

Xin chào

прывітанне!

thông dịch viên

перакладчык

cám ơn

дзякуй

... bao nhiêu tiều?

Колькі каштуе....?

tôi không hiểu

я не разумею

vấn đề

праблема

Xin chào! (buổi tối)

Добры вечар!

xin chào! (buổi sáng)

Добрай раніцы!

chúc ngủ ngon!

Дабранач!

tạm biệt

да пабачэння

hướng đi

кірунак

hành lý

багаж

túi xách

сумка

túi ba lô

заплечнік

khách

госць

phòng

пакой

túi ngủ

спальны мяшок

lều

палатка

thông tin du lịch

армацыя для турыстаў

bãi biển

пляж

thẻ tín dụng

крэдытная картка

ăn sáng

снеданне

ăn trưa

абед

ăn tối

вячэра

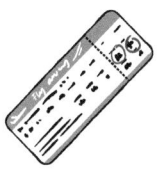

vé xe

праязны білет

thang máy

ліфт

tem bưu điện

паштовая марка

biên giới

мяжа

hải quan

мытня

đại sứ quán

пасольства

thị thực

віза

hộ chiếu

пашпарт

vận chuyển
транспарт

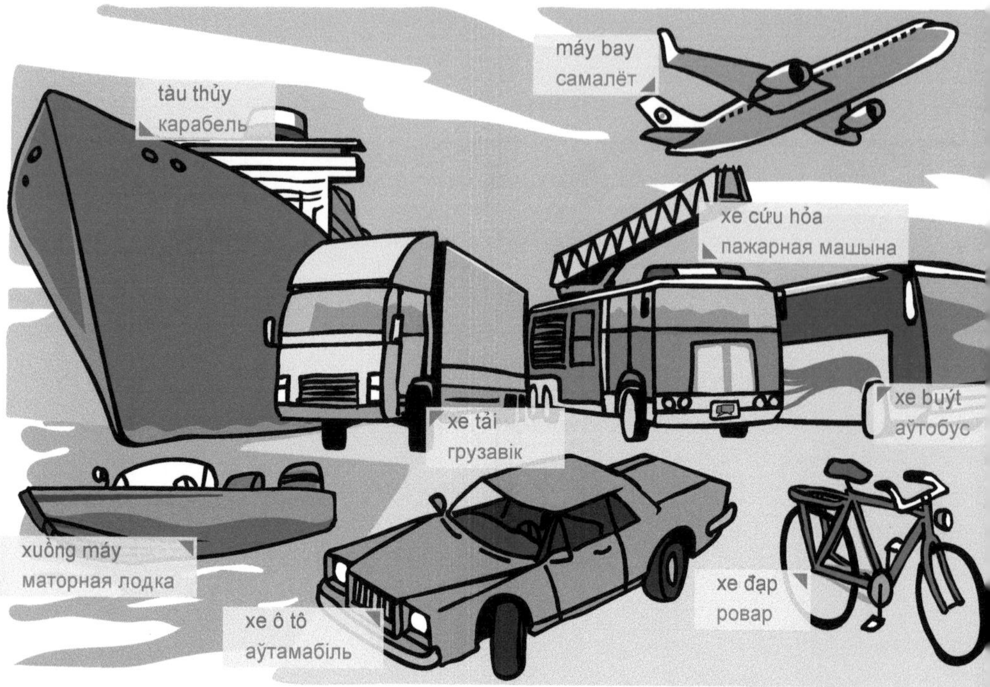
máy bay
самалёт
tàu thủy
карабель
xe cứu hỏa
пажарная машына
xe buýt
аўтобус
xe tải
грузавік
xuồng máy
маторная лодка
xe đạp
ровар
xe ô tô
аўтамабіль

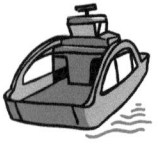

phà

паром

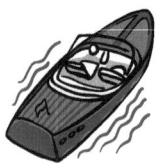

xuồng

лодка

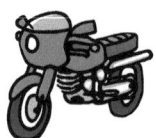

xe máy

матацыкл

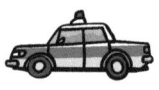

xe cảnh sát

паліцэйская машына

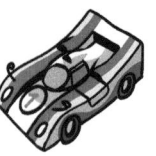

xe đua

гоначны аўтамабіль

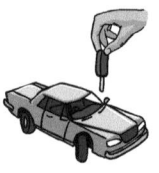

xe cho thuê

арэндаваны аўтамабіль

dịch vụ thuê xe tự lái

уместнае карыстанне
аўтамабілем

xe kéo cứu hộ

эвакуатар

xe rác

смеццявоз

động cơ

матор

xăng

паліва

trạm xăng

запраўка

biển báo giao thông

дарожны знак

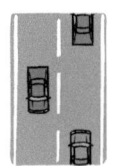

giao thông

дарожны рух

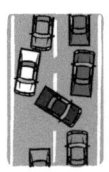

ách tắc giao thông

затор

bãi đậu xe

паркоўка

nhà ga

чыгуначная станцыя

đường ray

рэйкі

xe lửa

цягнік

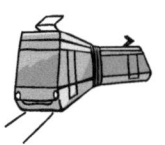

tàu điện

трамвай

toa xe

вагон

máy bay trực thăng

верталёт

sân bay

аэрапорт

tháp

вежа

hành khách

пасажыр

côngtenơ

кантэйнер

thùng các-tông

кардонная скрыня

xe đẩy

тачка

cái giỏ

карзіна

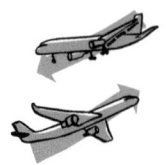

cất cánh / hạ cánh

ўзлятаць / прызямляцца

thành phố

горад

làng

вёска

trung tâm thành phố

цэнтр горада

nhà

дом

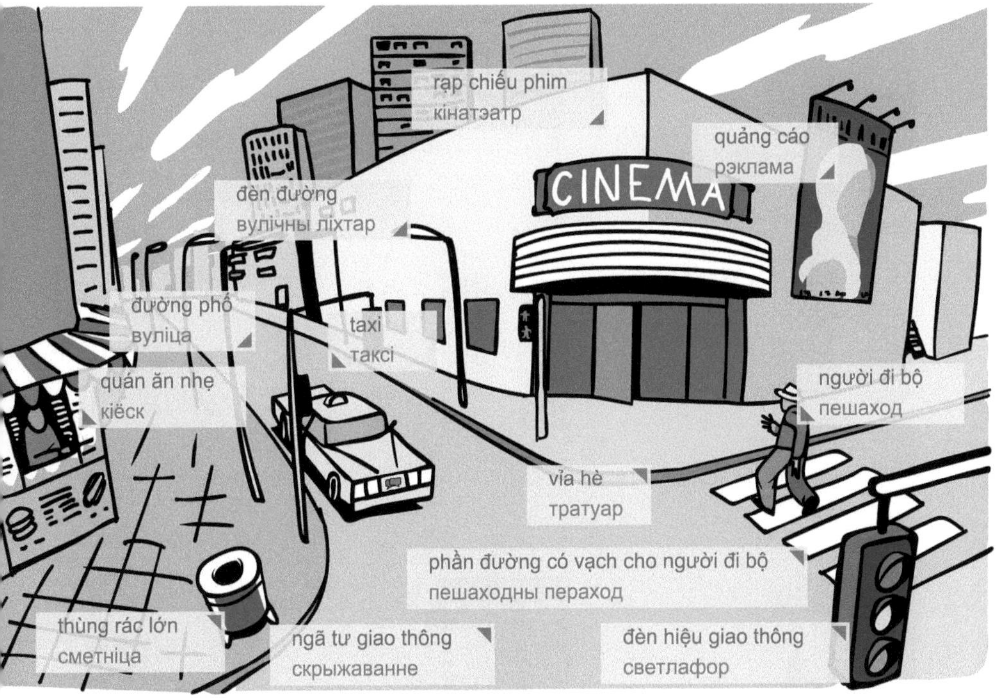
rạp chiếu phim
кінатэатр
quảng cáo
рэклама
CINEMA
đèn đường
вулічны ліхтар
đường phố
вуліца
taxi
таксі
quán ăn nhẹ
кіёск
người đi bộ
пешаход
vỉa hè
тратуар
phần đường có vạch cho người đi bộ
пешаходны пераход
thùng rác lớn
сметніца
ngã tư giao thông
скрыжаванне
đèn hiệu giao thông
светлафор

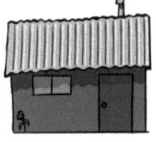

nhà chòi

халупа

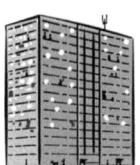

căn hộ

кватэра

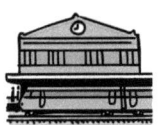

nhà ga

чыгуначная станцыя

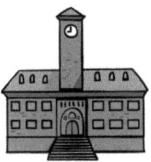

tòa thị chính

ратуша

MUSEUM

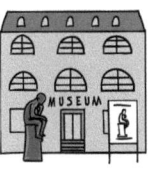

viện bảo tàng

музей

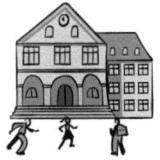

trường học

школа

đại học

універсітэт

ngân hàng

банк

bệnh viện

шпіталь

khách sạn

гатэль

hiệu thuốc

аптэка

văn phòng

офіс

hiệu sách

кнігарня

cửa hiệu

крама

cửa hiệu bán hoa

кветкавая крама

siêu thị

супермаркет

chợ

кірмаш

cửa hàng bách hóa

універмаг

người bán cá

рыбная крама

trung tâm mua bán

гандлевы цэнтр

bến cảng

порт

công viên

парк

ghế băng

лава

cầu

мост

cầu thang

лесвіца

tàu điện ngầm

метро

đường hầm

тунэль

trạm xe buýt

прыпынак

quán bar

бар

khách sạn

рэстаран

hòm thư công cộng

паштовая скрыня

bảng hiệu đường

вулічны паказальнік

đồng hồ đậu xe

паркамат

vườn bách thú

заапарк

bể bơi

басейн

nhà thờ Hồi giáo

мячэць

thành phố - горад

nông trại

сядзіба

ô nhiễm môi trường

забруджванне
навакольнага асяроддзя

nghĩa trang

могілкі

nhà thờ

царква

sân chơi

пляцоўка для гульні

ngôi đền

храм

phong cảnh

краявід

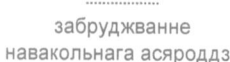

lá cây
ліст

bảng chỉ đường
паказальнік

lối đi
дарога

bãi cỏ
луг

hòn đá
камень

người đi bộ đường dài
падарожнік

cây
дрэва

sông
рака

cỏ
трава

bông hoa
кветка

thung lũng

даліна

đồi

гара

hồ nước

возера

rừng

лес

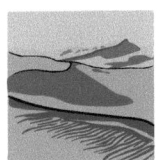

sa mạc

пустыня

núi lửa

вулкан

lâu đài

замак

cầu vồng

вясёлка

nấm

грыб

cây cọ

пальма

con muỗi

камар

con ruồi

муха

con kiến

мурашка

con ong

пчала

con nhện

павук

bọ cánh cứng

жук

con ếch

жаба

con sóc

вавёрка

con nhím

вожык

con thỏ

заяц

con cú

сава

con chim

птушка

thiên nga

лебедзь

heo rừng

дзік

con hươu

алень

nai sừng tấm

лось

đê

плаціна

tuabin gió

вятрак

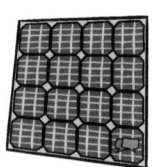

tấm năng lượng mặt trời

сонечная батарэя

khí hậu

клімат

khách sạn
рэстаран

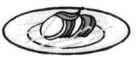

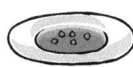

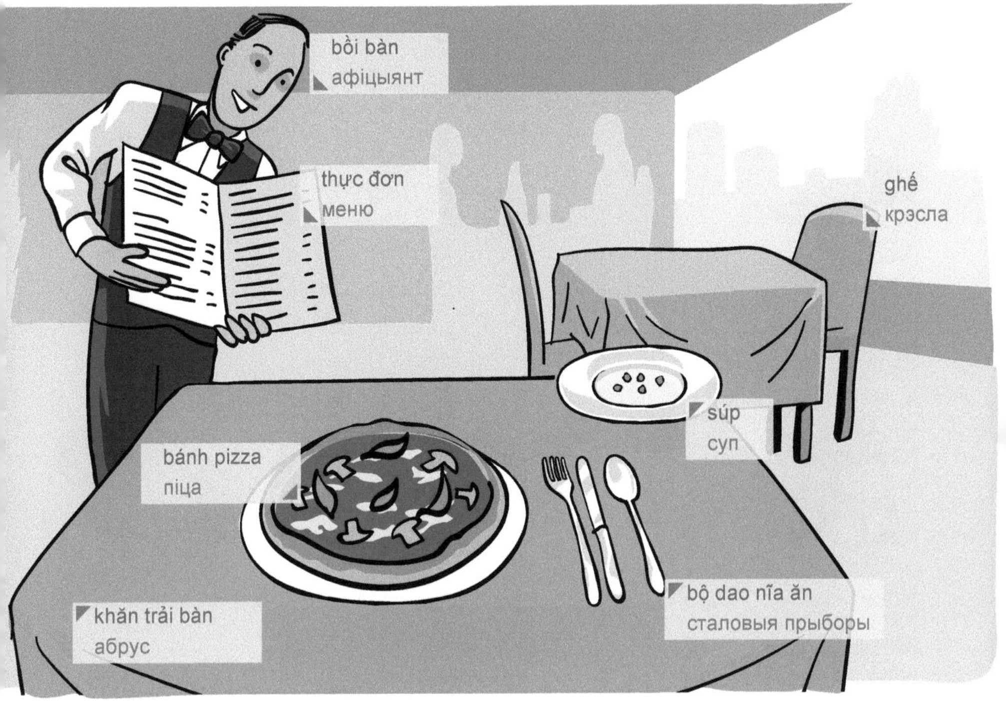
bồi bàn
афіцыянт
thực đơn
меню
ghế
крэсла
súp
суп
bánh pizza
піца
bộ dao nĩa ăn
сталовыя прыборы
khăn trải bàn
абрус

món ăn khai vị

закуска

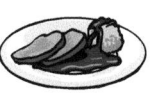

món ăn chính

другая страва

món tráng miệng

дэсерт

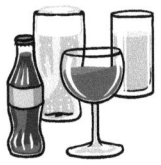

thức uống

напоі

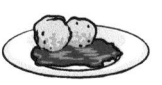

thức ăn

ежа

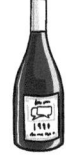

cái chai

бутэлька

thức ăn nhanh

хуткае харчаванне (фаст-фуд)

thức ăn đường phố

стрыт-фуд

ấm trà

імбрык (чайнік)

hộp đường

цукарніца

khẩu phần

порцыя

máy pha espresso

эспрэса-машына

ghế cao

дзіцячае крэселка

hóa đơn

рахунак

khay

паднос

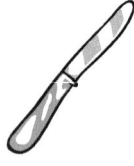

dao

нож

nĩa

відэлец

thìa

лыжка

thìa uống trà

чайная лыжка

khăn ăn

сурвэтка

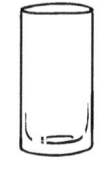

cốc thủy tinh

шклянка

khách sạn - рэстаран

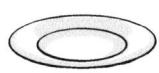

đĩa

талерка

đĩa súp

супавая талерка

đĩa lót cốc

сподак

nước sốt

соус

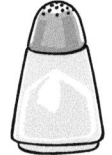

lọ muối

сальніца

cái xay tiêu

млынок для перцу

giấm

воцат

dầu

алей

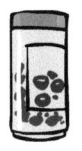

gia vị

спецыі

nước xốt cà chua

кетчуп

tương hạt cải

гарчыца

nước sốt mayonnaise

маянэз

siêu thị

супермаркет

chào giá đặc biệt
акцыя
FOR
khách hàng
пакупнік
sản phẩm từ sữa
малочныя прадукты
trái cây
садавіна
xe đẩy mua sắm
вазок

BUTCHERS

lò mổ

мясная крама

BAKERY

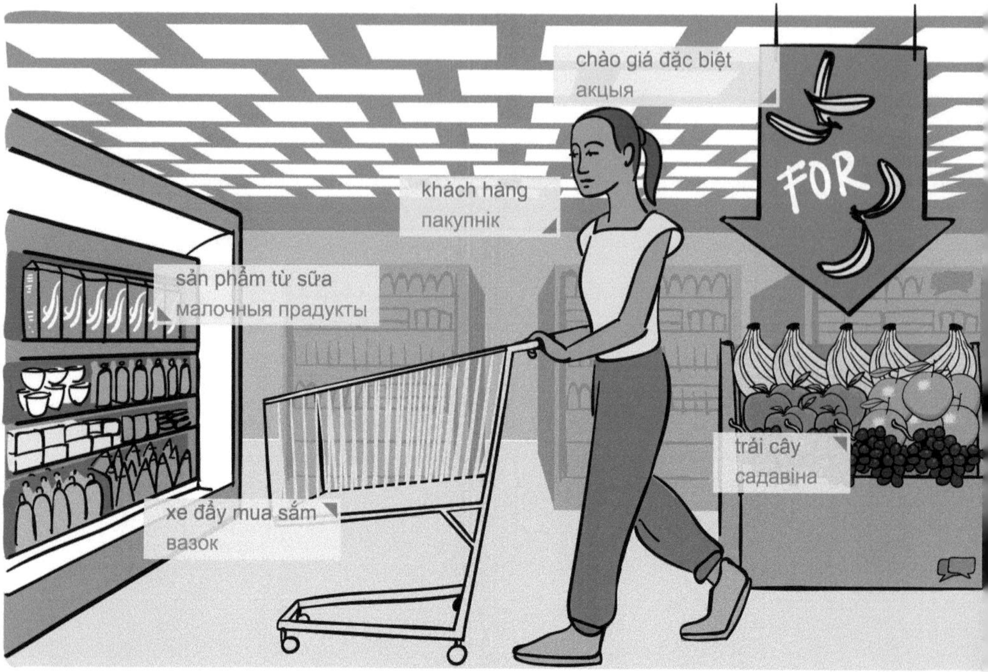

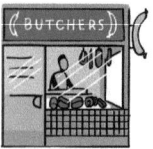

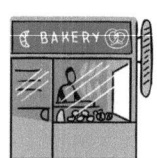

cửa hiệu bán bánh mì

хлебны магазін

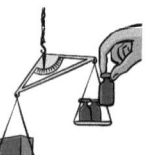

cân nặng

важыць

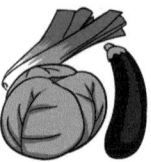

rau quả

гароднiна

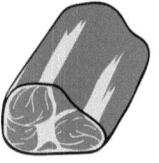

thịt

мяса

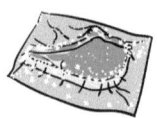

thức ăn đông lạnh

свежазамарожаныя прадукты

lát thịt nguội

нарэзка

đồ hộp

кансервы

bột giặt

пральны парашок

đồ ngọt

прысмакі

sản phẩm dùng trong gia đình

хатнія прылады

chất tẩy rửa

чысцячы сродак

người bán hàng

прадавец

quầy trả tiền

каса

nhân viên thu ngân

касір

danh sách mua sắm

спіс пакупак

giờ mở cửa

гадзіны працы

ví tiền

бумажнік

thẻ tín dụng

крэдытная картка

túi đeo

сумка

túi ny lông

пакет

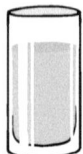

nước

вада

nước quả ép

сок

sữa

малако

coca-cola

кола

rượu vang

віно

bia

піва

cồn

алкаголь

cacao

какава

trà

гарбата (чай)

cà phê

кава

espresso

эспрэса

cappuccino

капучына

chuối

банан

quả táo

яблык

quả cam

апельсін

dưa hấu

дыня

chanh

лімон

cà rốt

морква

tỏi

часнок

tre

бамбук

củ hành

цыбуля

nấm

грыб

hạt dẻ

арэхі

mì

локшына

mì spaghetti

спагеці

cơm

рыс

xà lách

салата

khoai tây chiên

бульба фры

khoai tây chiên

смажаная бульба

bánh pizza

піца

bánh hamburger

гамбургер

bánh mì sandwich

бутэрброд

thịt côtlet

шніцаль

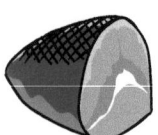

thịt giăm bông

вяндліна

xúc xích

салямі

dồi

каўбаса

gà

курыца

rán

смажаніна

cá

рыбак

cháo yến mạch

аўсяныя камякі

cháo muesli

мюслі

bánh bột ngô nướng

кукурузныя шматкі

bột mì

мука

bánh sừng bò

круасан

bánh mì

булачка

bánh mì

хлеб

bánh mì nướng

тост

bánh bích quy

пячэнне

bơ

масла

sữa đông

тварог

bánh ngọt

пірог

trứng

яйка

trứng rán

яечня

pho mát

сыр

kem

марожанае

đường

цукар

mật ong

мёд

mứt

варэнне

kem nougat

нуга

cà ri

кары

thức ăn - ежа

nhà nông trại
хата

kiện rơm
цюк саломы

nhà vựa
хлеў

cánh đồng
поле

con ngựa
конь

xe moóc
прычэп

ngựa con
жарабя

máy kéo
трактар

con lừa
асёл

con cừu
авечка

cừu con
ягня

con dê

каза

con bò

карова

con bê

цяля

con lợn

свіння

lợn con

парася

bò đực

бык

con ngỗng

гусак

con vịt

качка

gà con

кураня

gà mái

курыца

gà trống

певень

con chuột

пацук

mèo

кот

chuột nhắt

мыш

bò đực

вол

con chó

сабака

nhà chuồng chó

сабачая будка

ống tưới vườn cây

садовы шланг

thùng tưới cây

палівачка

lưỡi hái

каса

cái cày

плуг

cái liềm

серп

cái cuốc

матыка

cái chĩa

вілы для гною

cái rìu

сякера

xe cút kít

тачка

máng ăn

карыта

lọ sữa

бітон для малака

bao tải

мех

hàng rào

плот

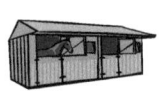

chuồng

хлеў

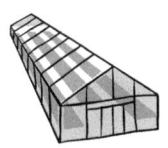

nhà kính trồng cây

цяпліца

đất trồng

глеба

hạt giống

насенне

phân bón

угнаенне

máy gặt đập liên hợp

камбайн

thu hoạch

збіраць ураджай

mùa thu hoạch

ураджай

khoai lang

ямс

lúa mì

пшаніца

đậu nành

соя

khoai tây

бульба

ngô

кукуруза

hạt cải dầu

рапс

cây ăn trái

садовае дрэва

sắn

маніёк

ngũ cốc

збожжа

nhà

дом

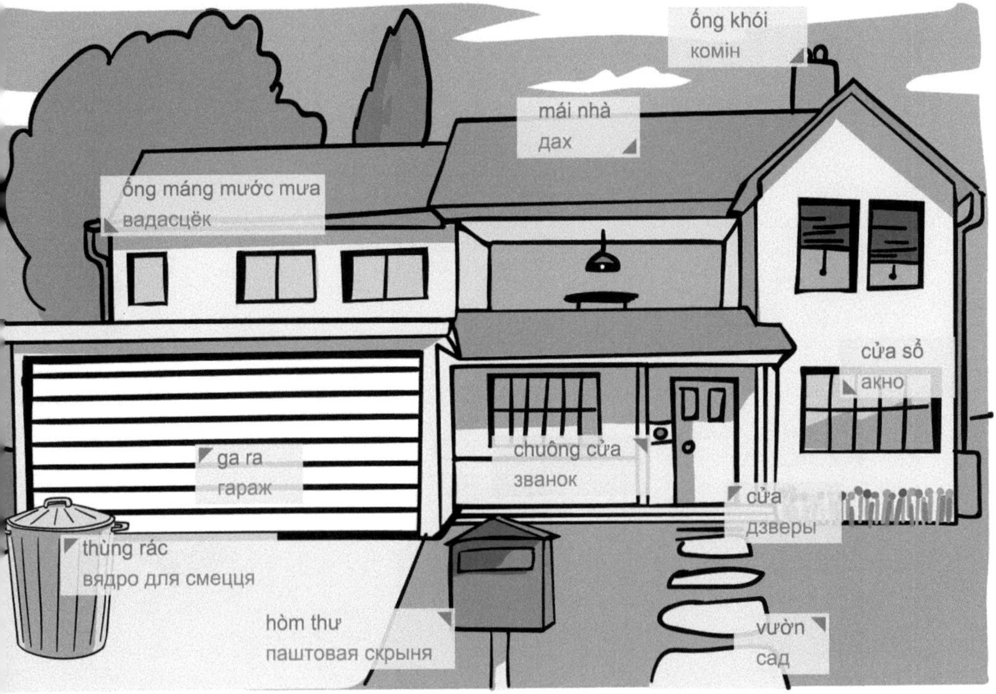

ống khói
комін
mái nhà
дах
ống máng mước mưa
вадасцёк
cửa sổ
акно
chuông cửa
званок
ga ra
гараж
cửa
дзверы
thùng rác
вядро для смецця
hòm thư
паштовая скрыня
vườn
сад

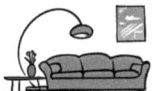

phòng khách

жылы пакой

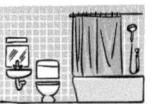

phòng tắm

ванная

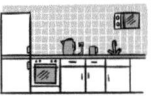

bếp

кухня

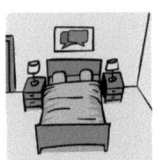

phòng ngủ

спальны пакой

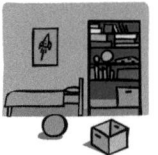

phòng trẻ em

дзіцячы пакой

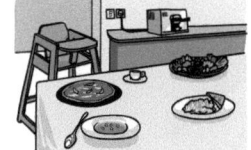

phòng ăn

сталоўка

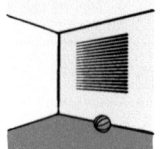

nền nhà

падлога

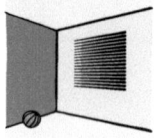

tường

сцяна

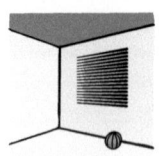

trần nhà

столь

tầng hầm

падвал

tắm hơi

саўна

ban công

балкон

sân hiên

тэраса

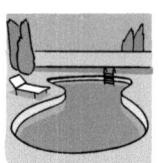

bể bơi

басейн

máy cắt cỏ

касілка

khăn trải giường

падкоўдранік

khăn trải giường

коўдра

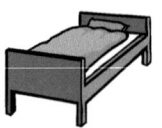

giường

ложак

chổi

венік

cái xô

вядро

công tắc điện

выключальнік

phòng khách

жылы пакой

giấy dán tường
шпалеры
hình ảnh
малюнак
đèn
лямпа
cái kệ
паліца
tủ
шафа
ti vi
тэлевізар
lò sưởi
камін
bông hoa
кветка
gối
падушка
ghế sofa
канапа
bình hoa
ваза
điều khiển từ xa
пульт

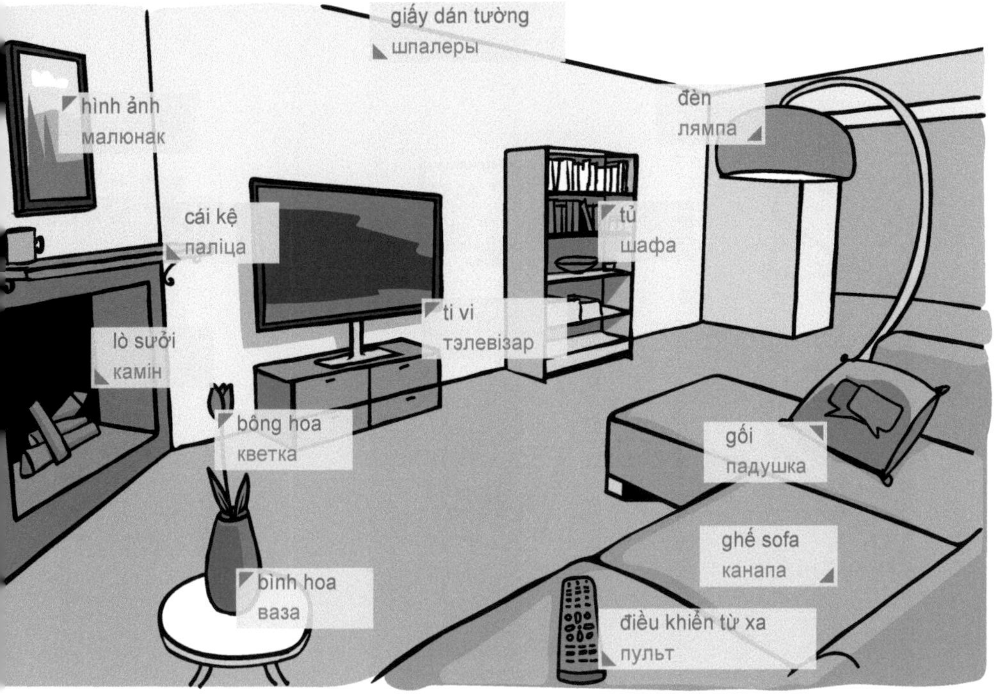

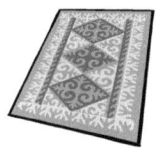

thảm

дыван

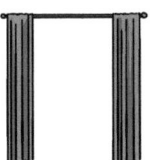

rèm

фіранка

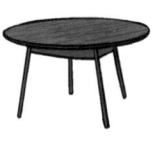

cái bàn

стол

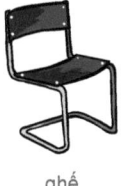

ghế

крэсла

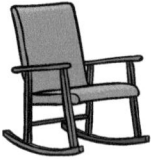

ghế bập bênh

крэсла-качалка

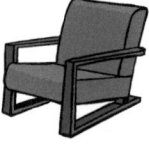

ghế bành

крэсла

sách

кніга

cái chăn

коўдра

đồ trang trí

дэкарацыя

củi

дровы

phim

кіно

máy hi-fi

стэрэасістэма

chìa khóa

ключ

báo

газета

bức tranh

карціна

áp phích

постар

radio

радыё

sổ ghi chép

нататнік

máy hút bụi

пыласос

cây xương rồng

кактус

cây nến

свечка

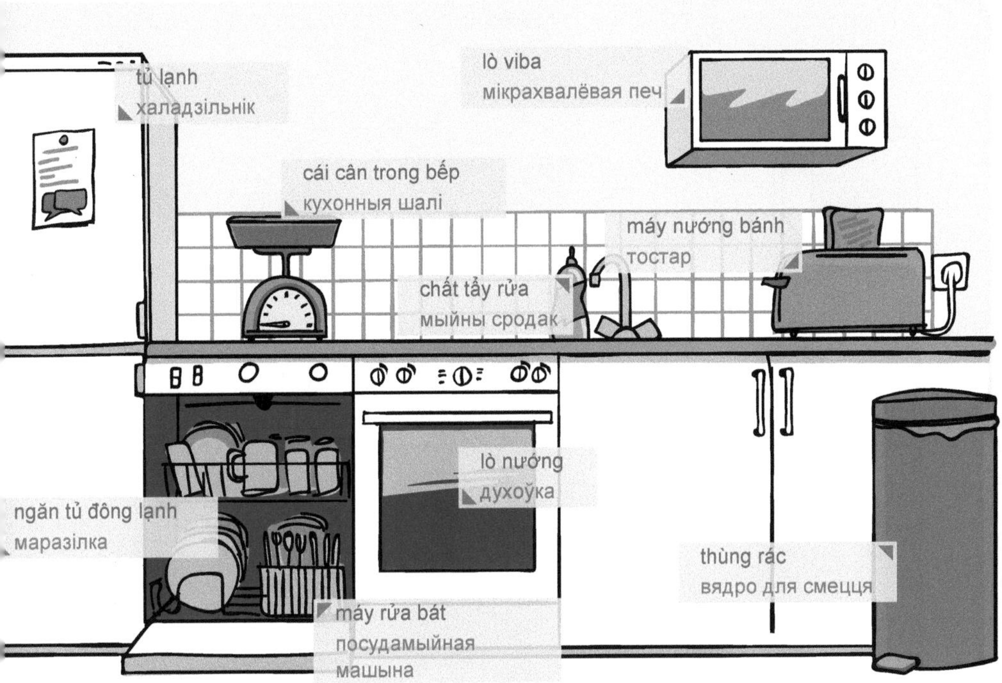

tủ lạnh
халадзільнік

lò viba
мікрахвалёвая печ

cái cân trong bếp
кухонныя шалі

máy nướng bánh
тостар

chất tẩy rửa
мыйны сродак

lò nướng
духоўка

ngăn tủ đông lạnh
маразілка

thùng rác
вядро для смецця

máy rửa bát
посудамыйная
машына

lò nấu

пліта

nồi

рондаль

nồi sắt

чыгунок

chảo

Вок / кадаі

chảo

патэльня

ấm đun nước

чайнік

nồi đun hơi

параварка

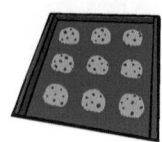

khay lò nướng

бляха

bát đĩa

посуд

cốc

кубак

cái bát

міска

đũa

палачкі для ежы

cái vá

чарпак

bàn xẻng

лапатачка

que đánh kem

збівалка

rây dùng trong bếp

сіта для варэння

cái rây lọc

сіта

cái nạo

тарка

vữa

ступка

vỉ nướng

грыль

ngọn lửa trần

вогнішча

cái thớt

дошка

trục cán bột

качалка

cái mở nút chai

штопар

vỏ đồ hộp

бляшанка

cái mở vỏ đồ hộp

адкрывалка

miếng nhấc nồi

прыхваткі

bồn rửa bát

ракавіна

bàn chải

шчотка

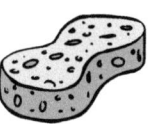

miếng xốp

губка

máy xay

міксер

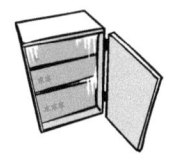

tủ đông lạnh

маразільная камера

bình sữa cho trẻ sơ sinh

бутэлечка

vòi nước

вадаправодны кран

bếp - кухня

phòng tắm
ванная

lò sưởi
ручніковы сушыцель
vòi hoa sen
душ
khăn lau
ручнік
rèm che ngăn tắm
штора для душа
tắm bọt
пенная ванна
bồn tắm
ванна
cốc thủy tinh
шклянка
máy giặt
мыйная машына
vòi nước
вадаправодны кран
gạch lát
плітка
cái bô
начны гаршчок
bồn rửa bát
ракавіна

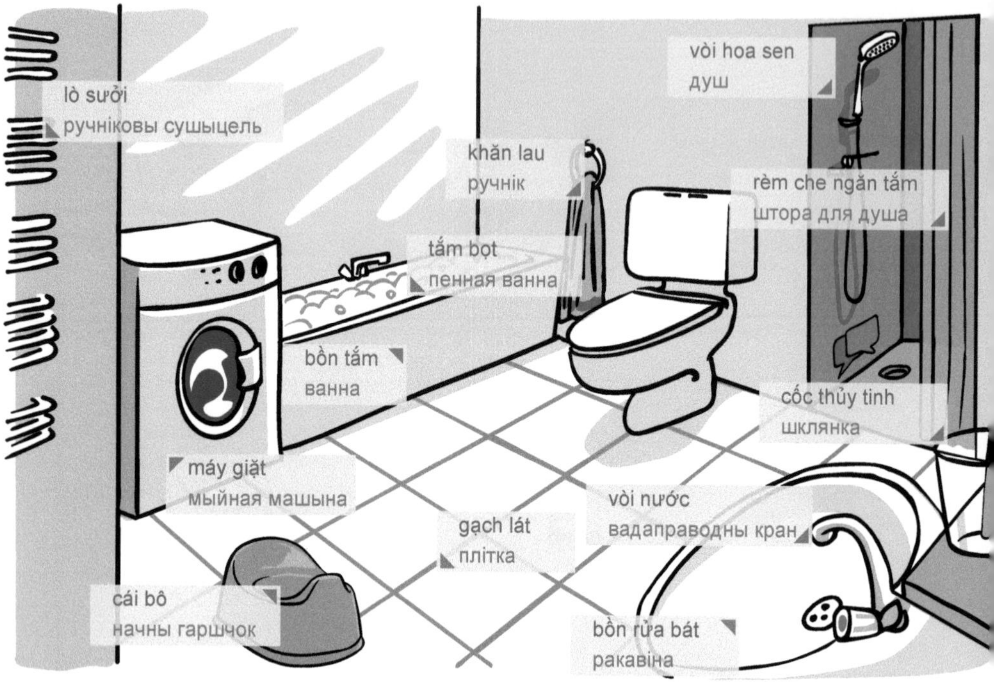

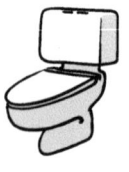

bồn cầu

туалет

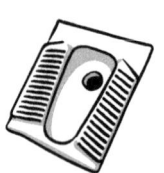

bồn cầu ngồi xổm

падлогавы ўнітаз

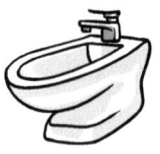

bồn rửa hậu môn

бідэ

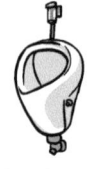

bồn tiểu tiện

пісуар

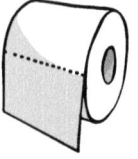

giấy vệ sinh

туалетная папера

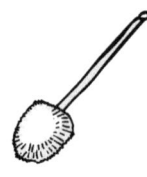

bàn chải cọ bồn cầu

шчотка для чысткі ўнітаза

bàn chải đánh răng

зубная шчотка

kem đánh răng

зубная паста

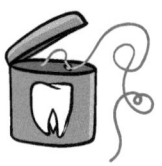

chỉ nha khoa

зубная нітка

rửa

мыць

vòi sen cầm tay

ручны душ

vòi rửa hậu môn

інтымны душ

bồn rửa

умывальнік

bàn chải cọ lưng

шчотка для спіны

xà phòng

мыла

sữa tắm

гель для душа

dầu gội

шампунь

khăn cọ để tắm

вяхотка

lỗ thoát nước

вадасцёк

kem

крэм

chất khử mùi

дэзадарант

gương

люстэрка

gương tay

касметычнае люстэрка

dao cạo râu

станок для галення

kem cạo râu

пена для галення

nước thơm dùng sau khi
cạo râu

ласьён пасля галення

cái lược

грэбень

bàn chải

шчотка

máy xấy tóc

фен

keo xịt tóc

лак для валасоў

đồ trang điểm

касметыка

thỏi son môi

памада

sơn bôi móng

лак для пазногцяў

bông

вата

kéo cắt móng

манікюрныя нажніцы

nước hoa

духі

túi đựng đồ tắm

касметычка

ghế đẩu

табурэтка

cái cân

вагі

áo choàng tắm

лазневы халат

găng tay làm vệ sinh

санітарныя пальчаткі

nút gạc

тампон

băng vệ sinh

гігіенічныя пракладкі

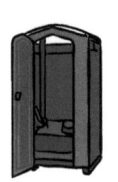

nhà vệ sinh hóa chất

біятуалет

phòng trẻ em
дзіцячы пакой

đồng hồ báo thức
будзільнік
thú bông
мяккая цацка
xe đồ chơi
цацачная машынка
cái lúc lắc
бразготка
nhà búp bê
лялечны домік
món quà
падарунак

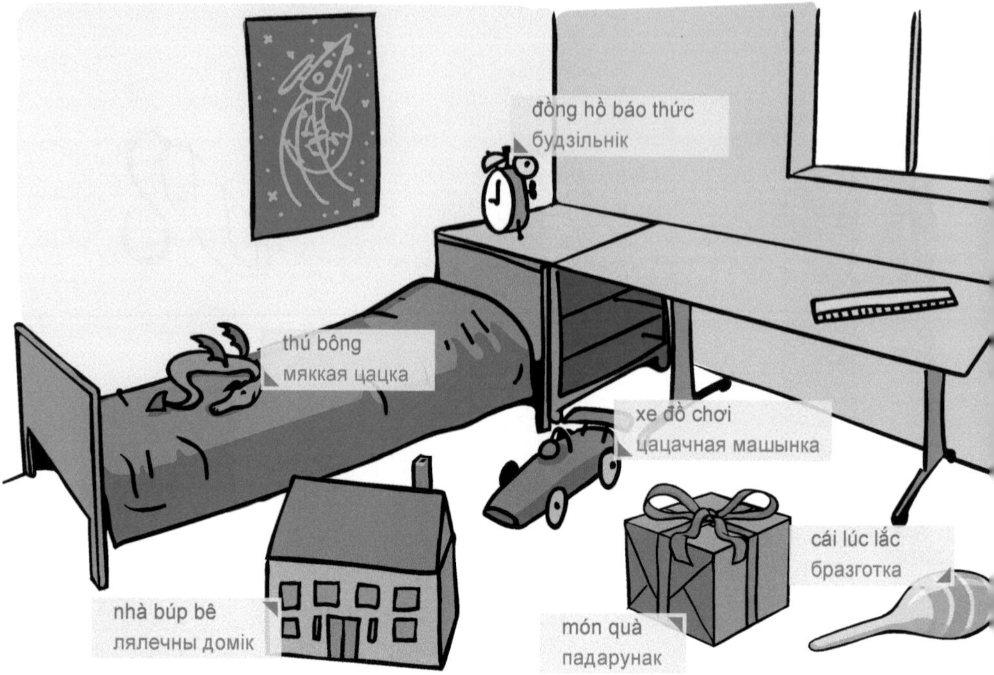

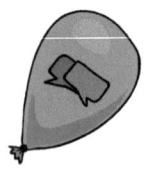

bong bóng

надзіманы шарык

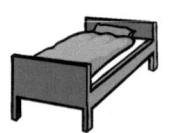

giường

ложак

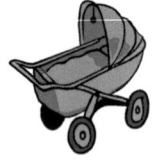

xe nôi

дзіцячая каляска

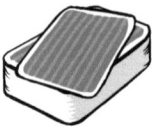

trò chơi bài

калода картаў

trò chơi ghép hình

пазл

SUPER
MEGA

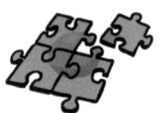

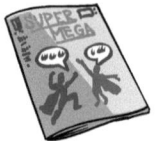

truyện tranh

комікс

gạch Lego

канструктар "Лега"

khối xếp hình

канструктар

nhân vật hành động

экшэн-фігурка

liền quần cho trẻ sơ sinh

дзіцячы гарнітур

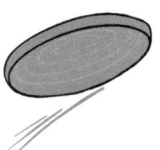

đĩa nhựa để ném

фрызбі

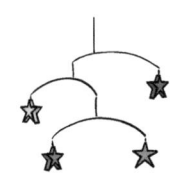

đồ chơi treo trên giường

дзіцячы мабіль

trò chơi cờ bàn

настольная гульня

xúc xắc

кубік

đồ chơi xe lửa mô hình

дзіцячая чыгунка

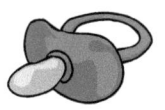

ti giả

пустышка

buổi tiệc

дзіцячае свята

sách tranh

кніга з малюнкамі

quả bóng

мячык

búp bê

лялька

chơi

гуляцца

hố cát

пясочніца

cái đu

арэлі

đồ chơi

цацкі

máy chơi game cầm tay

гульнявая відэа прыстаўка

xe ba bánh

трохколавы ровар

gấu bông

плюшавы мішка

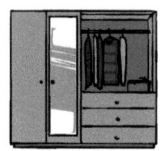

tủ quần áo

шафа

y phục

адзенне

bít tất

шкарпэткі

bít tất dài

панчохі

quần tất

калготкі

khăn choàng cổ
шалік

ô che mưa
парасон

y thắt lưng
мень

áp phông
цішотка

giày sneaker
красоўкі

ủng
боты

dép đi trong nhà
пантоплі

dép xăng đan
сандалі

giày
абутак

ủng cao su
гумовыя боты

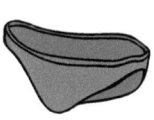

quần lót
трусы

áo ngực
бюстгальтар

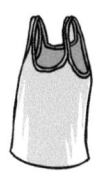

áo vest
майка

áo ôm sát cơ thể

бодзі

quần dài

штаны

quần bò

джынсы

váy

спадніца

áo cánh

блузка

áo sơ mi

кашуля

áo len chui đầu

джэмпер

áo len

талстоўка

áo blazer

блэйзер

áo jacket

куртка

áo khoác

паліто

áo mưa

дажджавік

trang phục

касцюм

áo váy

сукенка

áo cưới

вясельная сукенка

bộ com lê

касцюм

áo ngủ

начная сарочка

pijama

піжама

trang phục sari

сары

khăn trùm đầu

хустка

khăn đội đầu

цюрбан

áo burka

паранджа

áo captan

каптан

áo aba

Абая

quần áo bơi

купальнік

quần bơi

плаўкі

quần đùi

шорты

quần áo tracksuit

спартыўны касцюм

tạp dề

фартух

găng tay

пальчаткі

cái cúc

гузік

kính mắt

акуляры

vòng đeo tay

бранзалет

vòng cổ

каралі

nhẫn

кальцо

hoa tai

завушніца

mũ lưỡi trai

кепка

cái mắc treo áo quần

вешалка

mũ

капялюш

cà vạt

гальштук

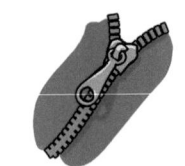

dây kéo phéc mơ tuya

маланка

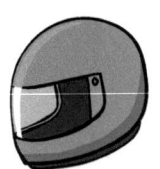

mũ bảo hiểm

шлем

dây đeo quần

падцяжкі

đồng phục học sinh

школьная форма

đồng phục

уніформа

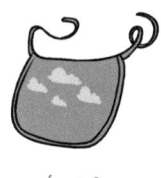

yếm trẻ em

нагруднік

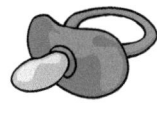

ti giả

пустышка

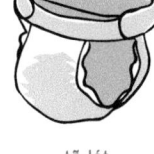

tã lót

падгузнік

văn phòng

офіс

máy chủ
сервер
tủ hồ sơ
канцылярская шафа
máy in
прынтэр
giấy
папера
màn hình
манітор
chuột máy tính
мыш
bàn làm việc
пісьмовы стол
thư mục
тэчка
bàn phím
клавіятура
thùng rác giấy
смеццевы кошык
máy tính
кампутар
ghế
крэсла

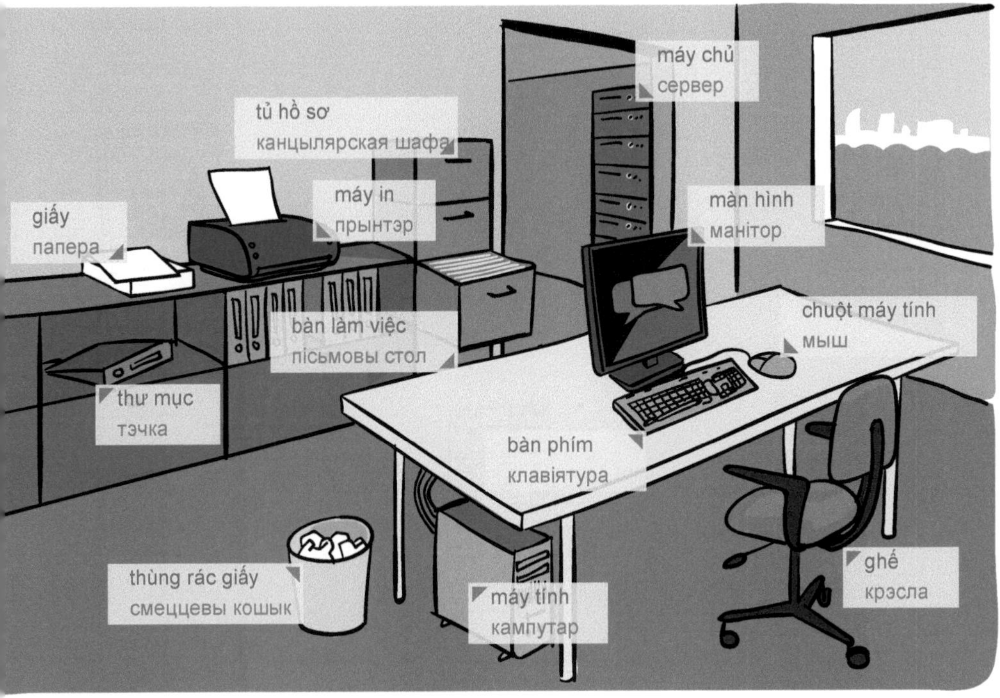

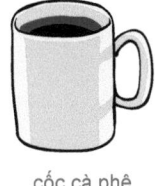

cốc cà phê

бак для кавы (філіжанка)

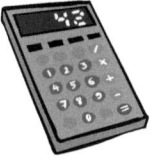

máy tính bỏ túi

калькулятар

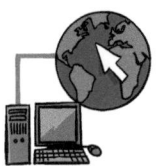

internet

інтэрнэт

laptop

ноўтбук

thư

ліст

tin nhắn

паведамленне

điện thoại di động

мабільны тэлефон

mạng

сетка

máy photocopy

ксеракс

phần mềm

праграмнае забеспячэнне

điện thoại

тэлефон

ổ cắm điện

разетка

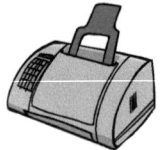

máy fax

факс

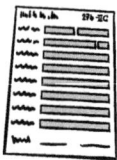

mẫu đơn

фармуляр

chứng từ

дакумент

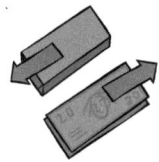

mua

купляць

trả tiền

плаціць

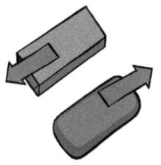

buôn bán

гандляваць

tiền

грошы

 **USD**

đô la

долар

 **EUR**

Euro

еўра

 **JPY**

yên

ена

 **RUB**

rúp

рубель

 **CHF**

franc Thụy Sĩ

франк

 **CNY**

nhân dân tệ

кітайскі юань

 **INR**

rupi

рупія

máy rút tiền tự động

банкамат

quầy đổi tiền

абменны пункт

vàng

золата

bạc

срэбра

dầu

нафта

năng lượng

энергія

giá tiền

цана

hợp đồng

кантракт

thuế

падатак

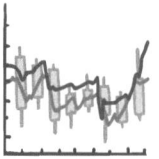

cổ phiếu

акцыя

làm việc

працаваць

nhân viên

служачы

chủ lao động

працадаўца

nhà máy

фабрыка

cửa hiệu

крама

nghề nghiệp

прафесіі

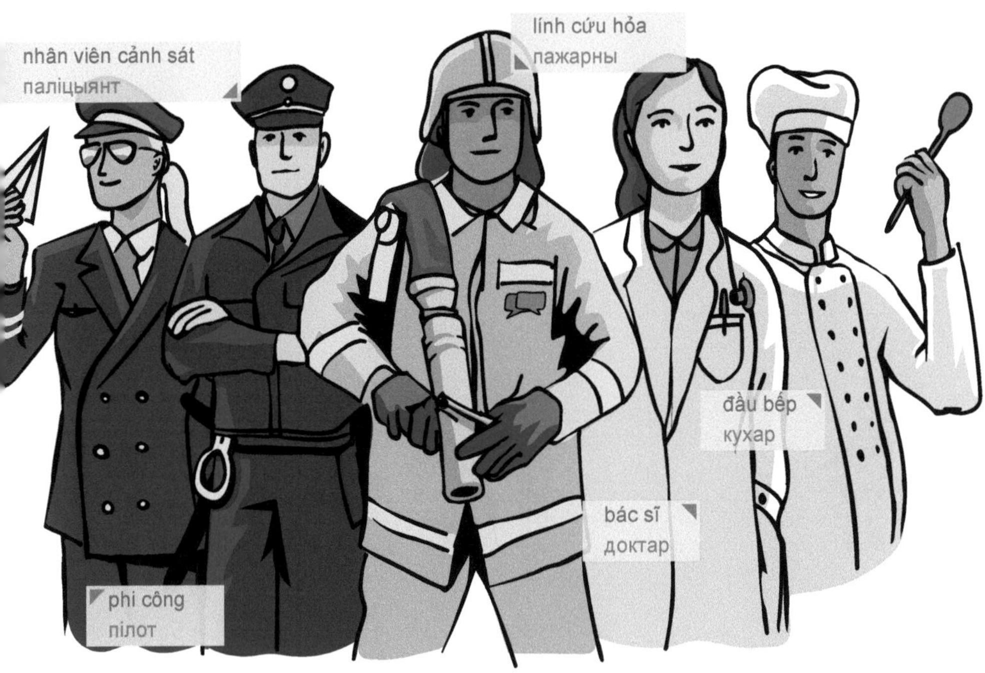

nhân viên cảnh sát
паліцыянт
lính cứu hỏa
пажарны
đầu bếp
кухар
bác sĩ
доктар
phi công
пілот

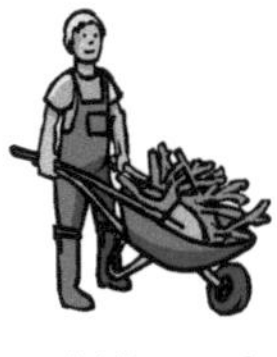

người làm vườn
садоўнік

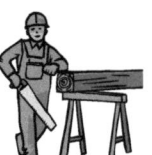

thợ mộc
слесар

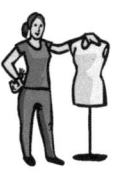

thợ may
швачка

chánh án
суддзя

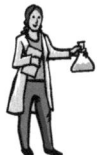

nhà hóa học
хімік

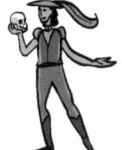

diễn viên
артыст

tài xế xe buýt

кіроўца аўтобуса

người lái taxi

таксіст

ngư dân

рыбак

người lau dọn vệ sinh

прыбіральшчыца

thợ lợp mái nhà

страхар

bồi bàn

афіцыянт

thợ săn

паляўнічы

họa sĩ

мастак

thợ làm bánh

пекар

thợ điện

электрык

thợ xây dựng

будаўнік

kỹ sư

інжынер

người hàng thịt

мяснік

thợ sửa ống nước

сантэхнік

người đưa thư

паштальён

người lính

салдат

kiến trúc sư

архітэктар

nhân viên thu ngân

касір

người bán hoa

фларыст

thợ cắt tóc

цырульнік

nhân viên soát vé

кандуктар

thợ cơ khí

механік

thuyền trưởng

капітан

nha sĩ

стаматолаг

nhà khoa học

вучоны

giáo sĩ Do thái

рабін

lãnh tụ Hồi giáo

імам

nhà sư

манах

mục sư

святар

dụng cụ
інструменты

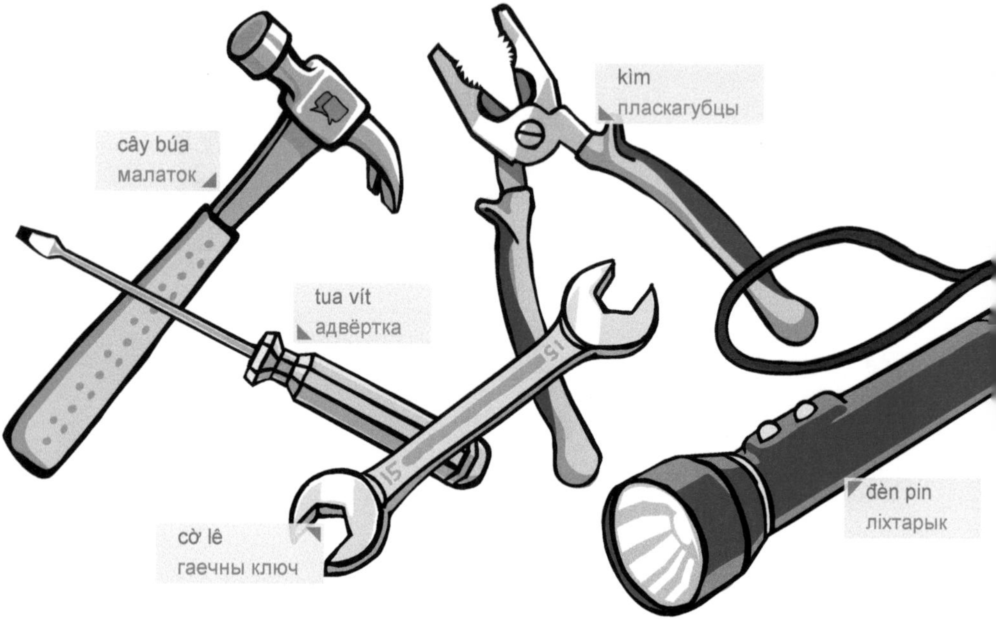

cây búa
малаток
kìm
пласкагубцы
tua vít
адвёртка
cờ lê
гаечны ключ
đèn pin
ліхтарык

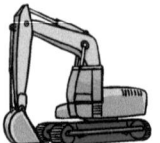

máy xúc đất

экскаватар

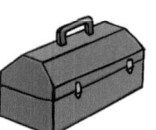

hộp dụng cụ

скрыня для інструментаў

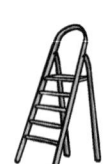

cái thang

дравіны

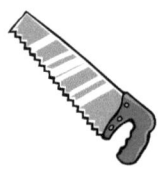

cưa

піла

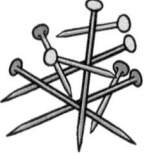

đinh

цвікі

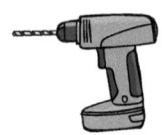

máy khoan

дрыль

sửa chữa
рамантаваць

cái xẻng
рыдлеўка

khốn nạn!
Халера!

cái hót rác
шуфлік для смецця

thùng sơn
вядро з фарбаю

vít
балты

nhạc cụ
музычныя інструменты

loa
калонкі

bộ trống
ударны інструмент

đàn ghi ta
гітара

đàn công tra bát
кантрабас

kèn trompet
труба

đàn piano

піяніна

đàn vĩ cầm

скрыпка

ghi ta bass

басгітара

trống định âm

літаўры

trống

барабан

đàn organ

клавішны электрамузычны
інструмент

kèn Saxophone

саксафон

sáo

флейта

micro

мікрафон

vườn bách thú

заапарк

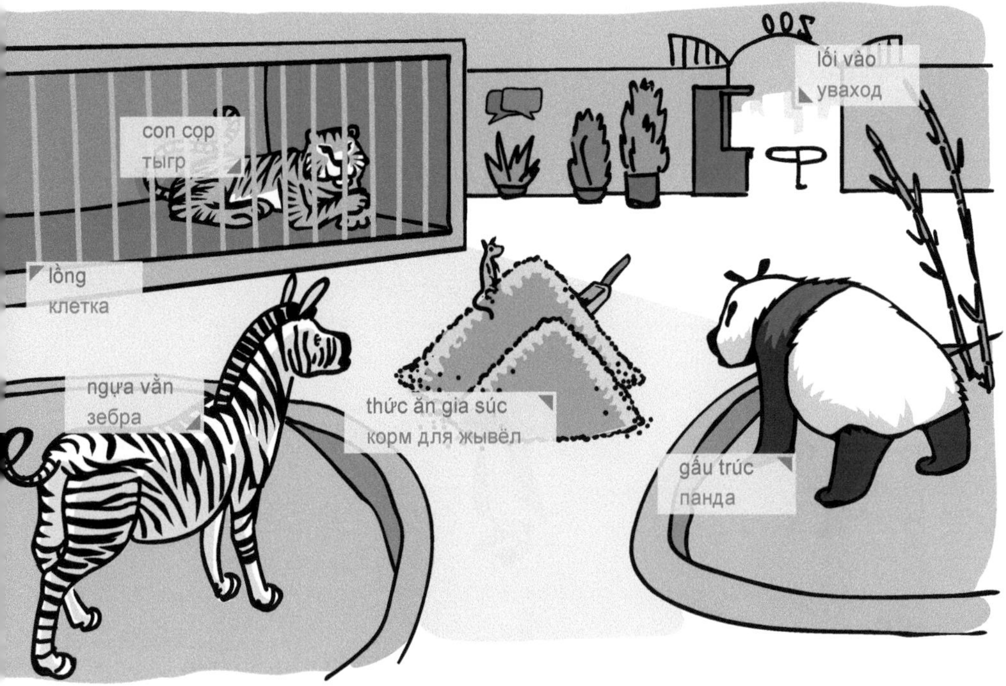

lối vào
уваход
con cọp
тыгр
lồng
клетка
ngựa vằn
зебра
thức ăn gia súc
корм для жывёл
gấu trúc
панда

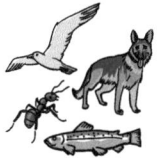

động vật

жывёлы

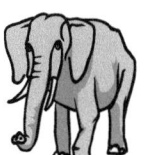

con voi

слон

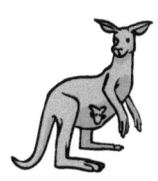

chuột túi

кенгуру

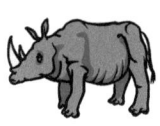

tê giác

насарог

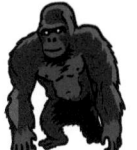

khỉ đột

гарыла

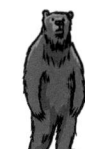

con gấu

мядзведзь

lạc đà

вярблюд

đà điểu

стравус

sư tử

леў

con khỉ

малпа

hồng hạc

фламінга

con vẹt

папугай

gấu bắc cực

белы мядзведзь

chim cánh cụt

пінгвін

cá mập

акула

con công

паўлін

con rắn

змяя

cá sấu

кракадзіл

người trông giữ vườn bách
thú

наглядчык заапарка

hải cẩu

цюлень

báo đốm

ягуар

ngựa lùn
поні

con báo
леапард

hà mã
бегемот

hươu cao cổ
жыраф

đại bàng
арол

heo rừng
дзік

cá
рыбак

con rùa
чарапаха

hải mã
морж

con cáo
ліса

linh dương
газель

bóng bầu dục Mỹ
амерыканскі футбол

đua xe đạp
веласпорт

quần vợt
тэніс

bóng rổ
баскетбол

bơi
плаванне

khúc côn cầu trên băn
хакей з шайбай

đấm bốc
бокс

bóng đá
футбол

cầu lông
бадмінтон

điền kinh
лёгкая атлетыка

bóng ném
гандбол

trượt tuyết
горныя лыжы

polo
пола

cười / смяяцца

nhảy / скакаць

ôm / абдымаць

đi bộ / ісці

ca hát / спяваць

mơ / марыць

cầu nguyện / маліцца

hôn / цалаваць

viết / пісаць

vẽ / маляваць

chỉ trỏ / паказваць

đẩy / націснуць

cho / даваць

lấy đi / браць

có
маць

làm
выконваць

thì / là
быць

đứng
стаяць

chạy
бегчы

kéo
цягнуць

ném
кідаць

rơi
падаць

nằm
ляжаць

chờ đợi
чакаць

mang vác
насіць

ngồi
сядзець

mặc quần áo
апранацца

ngủ
спаць

thức dậy
прачынацца

xem

глядзець

khóc

плакаць

vuốt ve

лашчыць

chải

прычэсвацца

nói chuyện

гаварыць

hiểu

разумець

câu hỏi

пытаць

nghe

чуць

uống

піць

ăn

есці

dọn dẹp

прыбіраць

yêu

кахаць

nấu nướng

гатаваць

lái xe

ехаць

bay

лятаць

các hoạt động - дзейнасць

đi thuyền buồm

плаваць пад ветразем

tính toán

лічыць

đọc

чытаць

học

вучыць

làm việc

працаваць

cưới

уступаць у шлюб

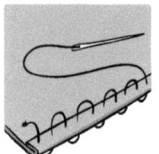

khâu vá

шыць

đánh răng

чысціць зубы

giết

забіваць

hút thuốc

курыць

gửi đi

пасылаць

nội (ngoại)
уля

ông nội (ngoại)
дзядуля

cha
бацька

mẹ
маці

trẻ con
дзіця

con gái
дачка

con trai
сын

khách

госць

cô (dì)

цётка

chú, bác (cậu)

дзядзька

anh (em) trai

брат

chị (em) gái

сястра

cơ thể

цела

trán
лоб
mắt
вока
vai
плячо
ngón tay
палец
mặt
твар
cằm
падбародак
bàn tay
рука
chân
нага
ngực
грудзі
cánh tay
рука

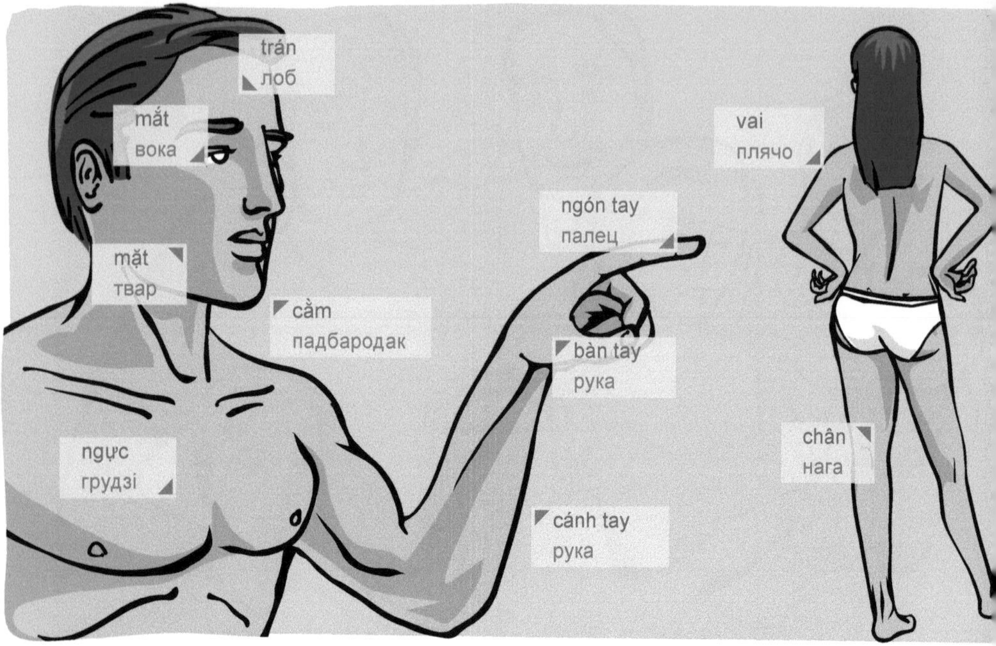

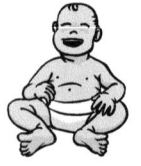

trẻ con

дзіця

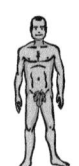

đàn ông

мужчына

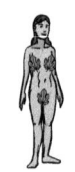

phụ nữ

жанчына

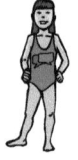

bé gái

дзяўчынка

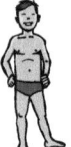

bé trai

хлопчык

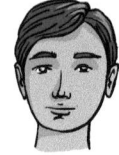

đầu

галава

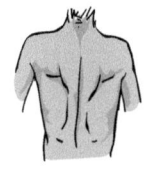

lưng

спіна

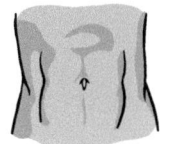

bụng

жывот

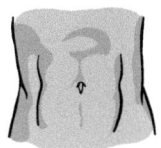

rốn

пуп

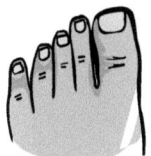

ngón chân

палец нагі

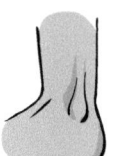

gót chân

пятка

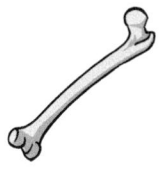

xương

костка

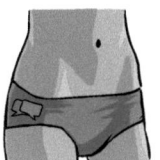

hông

бядро

đầu gối

калена

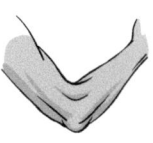

khuỷu tay

локаць

mũi

нос

mông

ягадзіца

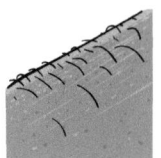

da

скура

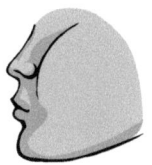

má

шчака

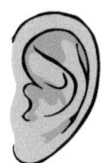

tai

вуха

môi

губа

miệng

рот

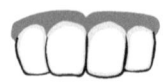

răng

зуб

lưỡi

язык

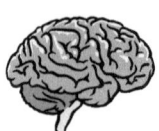

não

галаўны мозг

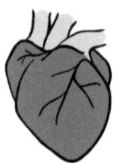

tim

сэрца

cơ bắp

мышца

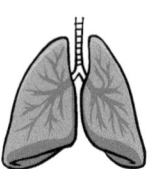

phổi

лёгкае

gan

пячонка

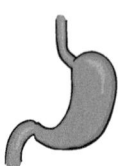

dạ dày

страўнік

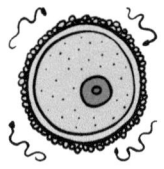

thận

ныркі

giao hợp

сэкс

bao cao su

прэзерватыў

noãn

яйцаклетка

tinh dịch

сперма

mang thai

цяжарнасць

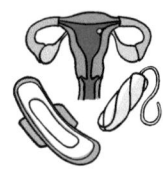

kinh nguyệt

менструацыя

âm vật

похва

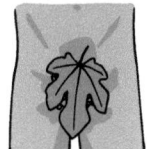

dương vật

пеніс

lông mày

брыво

tóc

валасы

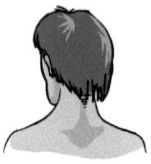

cổ

шыя

bệnh viện

шпіталь

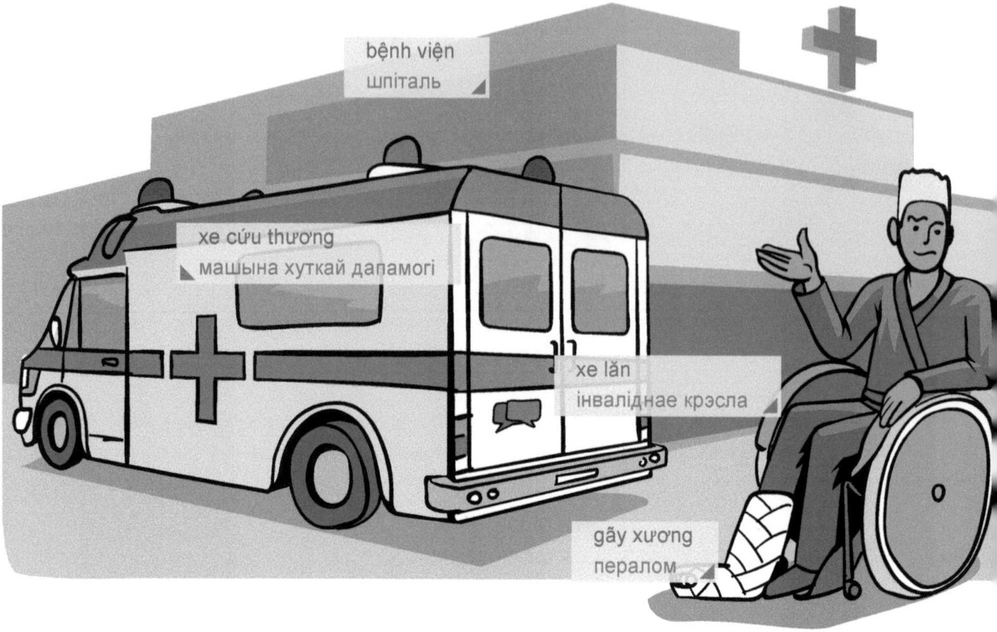

bệnh viện
шпіталь
xe cứu thương
машына хуткай дапамогі
xe lăn
інваліднае крэсла
gãy xương
пералом

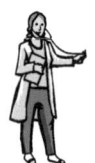

bác sĩ

доктар

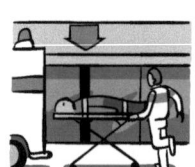

phòng cấp cứu

аддзяленне першай дапамогі

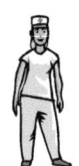

y tá

медсястра

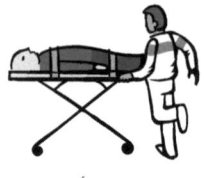

cấp cứu

экстраная дапамога

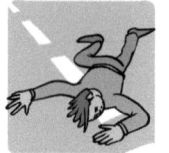

bất tỉnh

непрытомны

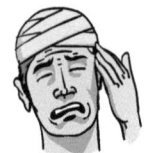

cơn đau

боль

bị thương

траўма

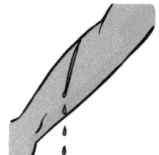

chảy máu

крывацёк

nhồi máu cơ tim

інфаркт

đột quy

апаплексія

dị ứng

алергія

ho

кашаль

sốt

гарачка

cúm

грып

tiêu chảy

панос

đau đầu

галаўны боль

ung thư

рак

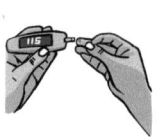

bệnh tiểu đường

дыябет

bác sĩ phẫu thuật

хірург

dao mổ

скальпель

giải phẫu

аперацыя

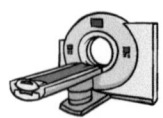

chụp cắt lớp

KT

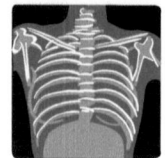

chụp x-quang

рэнтген

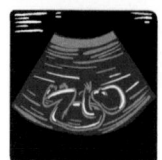

siêu âm

ультрагук

mặt nạ

маска

bệnh

хвароба

phòng đợi

пачакальня

cái nạng

мыліца

băng dán vết thương

пластыр

băng bó

бінт

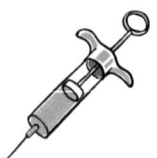

tiêm thuốc

ін'екцыя

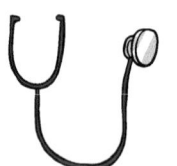

ống nghe khám bệnh

стэтаскоп

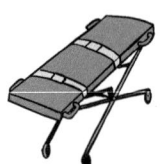

băng ca

насілкі

nhiệt kế

градуснік

sinh đẻ

нараджэнне

thừa cân

лішняя вага

máy trợ thính

слухавы апарат

chất khử trùng

дэзінфекцыйны сродак

nhiễm trùng

інфекцыя

vi rút

вірус

HIV / AIDS

ВІЧ/СНІД

thuốc

лекі

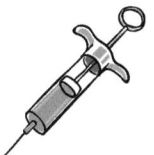

tiêm chủng

прышчэпка

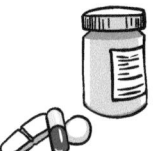

thuốc viên

таблеткі

viên thuốc

супрацьзачаткавая таблетка

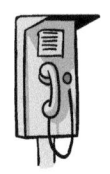

gọi cấp cứu

экстраны выклік

máy đo huyết áp

танометр

bệnh / khỏe mạnh

хворы / здаровы

cứu!

Ратуйце!

báo động

сігналізацыя

cuộc đột kích

напад

sự tấn công

атака

mối nguy hiểm

небяспека

lối thoát hiểm

аварыйны выхад

cháy!

Пажар!

bình chữa cháy

вогнетушыцель

tai nạn

аварыя

bộ dụng cụ sơ cứu

аптэчка

SOS

СОС

cảnh sát

паліцыя

châu Âu

Еўропа

Bắc Mỹ

Паўночная Амерыка

Nam Mỹ

Паўднёвая Амерыка

châu Phi

Афрыка

châu Á

Азія

châu Úc

Аўстралія

Đại Tây Dương

Атлантычны акіян

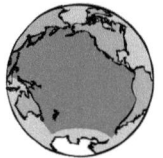

Thái Bình Dương

Ціхі акіян

Ấn Độ Dương

Індыйскі акіян

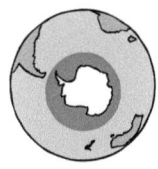

Nam Cực Dương

аўднёвы ледавіты акіян

Bắc Băng Dương

Паўночны ледавіты акіян

bắc cực

Паўночны полюс

nam cực
Паўднёвы полюс

nam cực
Антарктыда

trái đất
Зямля

đất liền
краіна

biển
мора

đảo
востраў

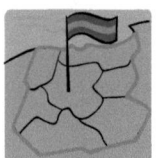

quốc gia
нацыя

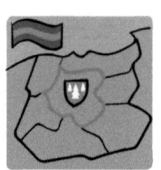

nhà nước
дзяржава

mặt đồng hồ

цыферблат

kim chỉ giờ

гадзінная стрэлка

kim chỉ phút

хвілінная стрэлка

kim chỉ giây

секундная стрэлка

Bây giờ là mấy giờ?

Колькі часу?

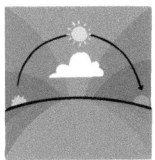

ngày

дзень

thời gian

час

bây giờ

зараз

đồng hồ điện tử

электронны гадзіннік

phút

хвіліна

giờ

гадзіна

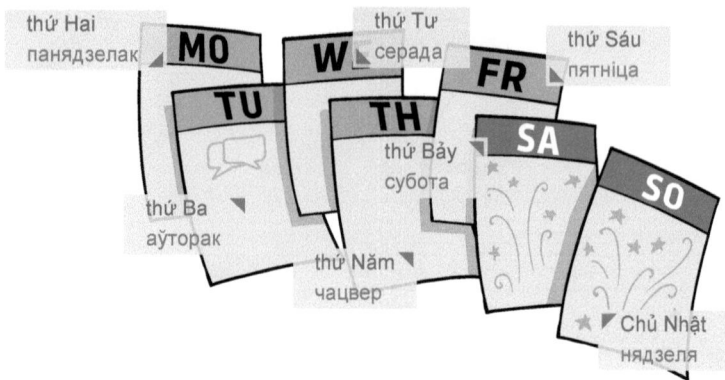

thứ Hai / панядзелак
thứ Tư / серада
thứ Sáu / пятніца
thứ Ba / аўторак
thứ Năm / чацвер
thứ Bảy / субота
Chủ Nhật / нядзеля

hôm qua
ўчора

hôm nay
сёння

ngày mai
заўтра

buổi sáng
раніца

buổi trưa
абед

buổi tối
вечар

MO	TU	WE	TH	FR	SA	SU
1	2	3	4	5	6	7
8	9	10	11	12	13	14
15	16	17	18	19	20	21
22	23	24	25	26	27	28
29	30	31	1	2	3	4

ngày làm việc
працоўныя дні

MO	TU	WE	TH	FR	SA	SU
1	2	3	4	5	6	7
8	9	10	11	12	13	14
15	16	17	18	19	20	21
22	23	24	25	26	27	28
29	30	31	1	2	3	4

cuối tuần
выхадныя

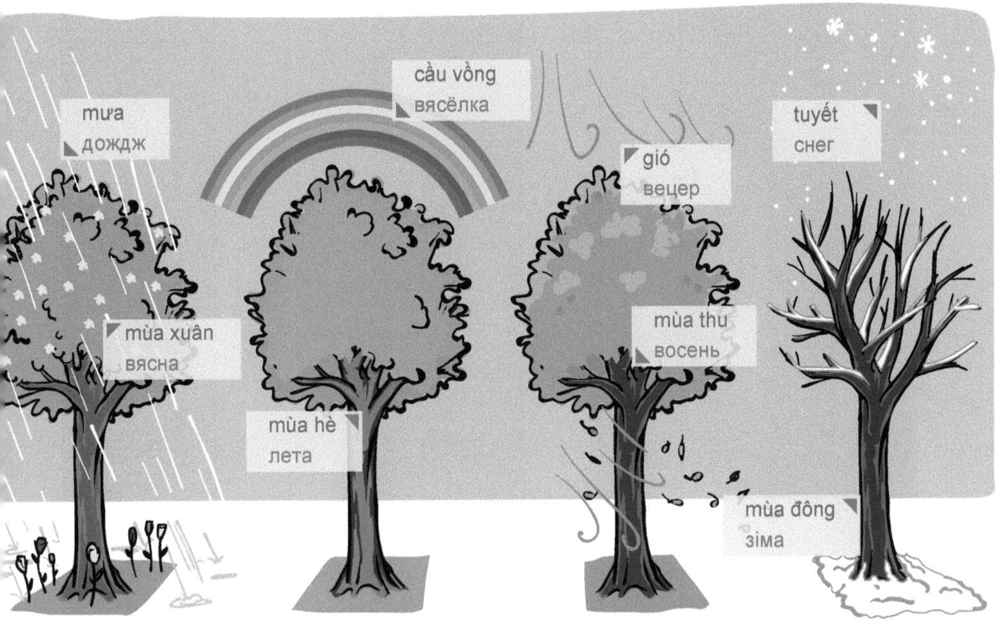

mưa
дождж

cầu vồng
вясёлка

tuyết
снег

gió
вецер

mùa xuân
вясна

mùa hè
лета

mùa thu
восень

mùa đông
зіма

4.APRIL	11°	☀
5.APRIL	4°	☁
6.APRIL	13°	⛆
7.APRIL	8°	☀
8.APRIL	10°	☀

dự báo thời tiết

прагноз надвор'я

F C
120 — 40
90 — 30
— 20
60 — 10
30 — 0
0 — -10
-30 — -20

nhiệt kế

градуснік

ánh nắng

сонечнае святло

mây

воблака

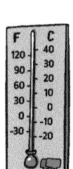

sương mù

туман

độ ẩm không khí

вільготнасць паветра

tia chớp

маланка

sấm sét

гром

cơn bão

бура

mưa đá

град

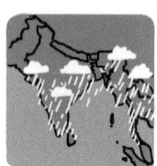

gió mùa

мусонны вецер

lũ lụt

прыліў

nước đá

лёд

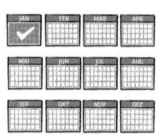

tháng Một

студзень

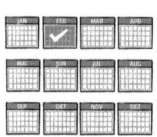

tháng Hai

люты

tháng Ba

сакавік

tháng Tư

красавік

tháng Năm

май

tháng Sáu

чэрвень

tháng Bảy

ліпень

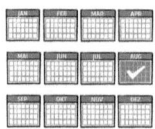

tháng Tám

жнівень

tháng Chín
....
верасень

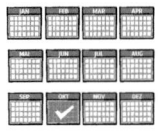

tháng Mười
....
кастрычнік

tháng Mười Một
....
лістапад

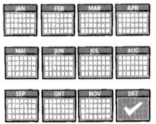

tháng Mười Hai
....
снежань

hình dạng
формы

hình tròn
....
круг

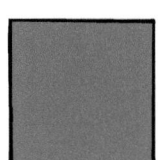

hình vuông
....
квадрат

hình chữ nhật
....
прамавугольнік

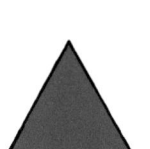

hình tam giác
....
трохвугольнік

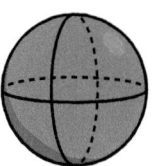

hình cầu
....
шар

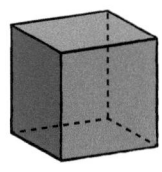

khối vuông
....
куб

màu trắng

белы

màu vàng

жоўты

màu cam

аранжавы

màu hồng

ружовы

màu đỏ

чырвоны

màu tím

фіялетавы

màu xanh dương

сіні

màu xanh lá cây

зялёны

màu nâu

карычневы

màu xám

шэры

màu đen

чорны

nhiều / ít

шмат / мала

tức tối / điềm tĩnh

злы / добры

xinh đẹp / xấu xí

прыгожы / брыдкі

bắt đầu / kết thúc

пачатак / канец

to / nhỏ

высокі / малы

sáng / tối

светлы / цёмны

nh (em) trai / chị (em) gái

сястра / брат

sạch / bẩn

чысты / брудны

đủ / thiếu

поўны / няпоўны

ngày / đêm

дзень / ноч

chết / sống

мёртвы / жывы

rộng / chật hẹp

шырокі / вузкі

ăn được / không ăn được

ядомы / нeядомы

ác / tử tế

злы / добры

hào hứng / chán nản

узбуджаны / нудны

béo / gầy

тоўсты / тонкі

đầu tiên / cuối cùng

першы / апошні

bạn / thù

сябар / вораг

đầy / rỗng

поўны / пусты

cứng / mềm

цвёрды / мяккі

nặng / nhẹ

важкі / лёгкі

đói / khát

голад / смага

bệnh / khỏe mạnh

хворы / здаровы

bất hợp pháp / hợp pháp

нелегальны / легальны

thông minh / ngu

разумны / дурны

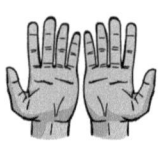

trái / phải

левы / правы

gần / xa

побач / далёка

mới / cũ

вы / былы ва ўжыванні

không có gì cả / có cái gì đó

нічога / нешта

già / trẻ

стары / малады

bật / tắc

укл / выкл

mở / đóng

адчынены / зачынены

im lặng / ồn ào

ціхі / гучны

giàu / nghèo

багаты / бедны

đúng / sai

правільна / няправільна

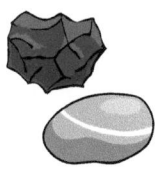

sần sùi / mịn màng

шурпаты / гладкі

buồn / vui

сумны / шчаслівы

ngắn / dài

кароткі / доўгі

chậm / nhanh

павольны / хуткі

ẩm ướt / khô ráo

вільготны / сухі

ấm áp / mát mẻ

цёплы / халаднаваты

chiến tranh / hòa bình

вайна / мір

0

số không

нуль

1

một

адзін

2

hai

два

3

ba

тры

4

bốn

чатыры

5

năm

пяць

6

sáu

шэсць

7

bảy

сем

8

tám

восем

9

chín

дзевяць

10

mười

дзесяць

11

mười một

адзінаццаць

12
mười hai
дванаццаць

13
mười ba
трынаццаць

14
mười bốn
чатырнаццаць

15
mười lăm
пятнаццаць

16
mười sáu
шаснаццаць

17
mười bảy
сямнаццаць

18
mười tám
васямнаццаць

19
mười chín
дзевятнаццаць

20
hai mươi
дваццаць

100
một trăm
сто

1.000
một ngàn
тысяча

1.000.000
một triệu
мільён

tiếng Anh

англійская

tiếng Anh Mỹ

англійская (Амерыка)

tiếng Quan Thoại

кітайская мандарынская

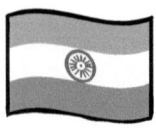

tiếng Hin-di

хіндзі

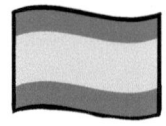

tiếng Tây Ban Nha

іспанская

tiếng Pháp

французская

tiếng Ả-rập

арабская

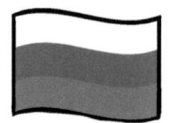

tiếng Nga

руская

tiếng Bồ Đào Nha

партугальская

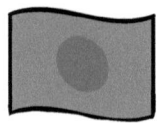

tiếng Bengal

бенгальская

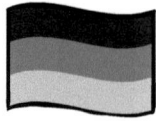

tiếng Đức

нямецкая

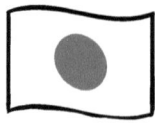

tiếng Nhật

японская

tôi

я

bạn

ты

anh ta / cô ta / nó

ён / яна / яно

chúng tôi

мы

các bạn

вы

họ

яны

ai?

хто?

cái gì?

што?

như thế nào?

як?

ở đâu?

дзе?

lúc nào?

калі?

tên

імя

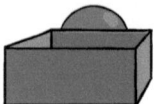

phía sau

за

ở trong

у

phía trước

перад

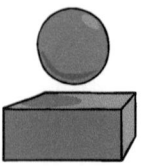

phía trên

над

ở trên

на

ở dưới

пад

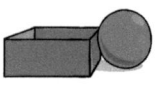

bên cạnh

каля

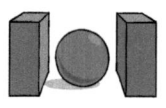

ở giữa

паміж

chỗ

месца